Kanuri To English Phrasebook – Everyday Common Words And Phrases

Phoenix Sun Publishing
Published by PS Publishing, 2023.

Introduction to Kanuri Language

Geographic Distribution:

Kanuri is spoken by the Kanuri people, who inhabit the Lake Chad Basin. It is the language of the Kanem-Bornu Empire, which historically played a significant role in the region.

Classification:

Kanuri belongs to the Nilo-Saharan language family, and within this family, it is classified under the Saharan branch. It shares some linguistic characteristics with other Saharan languages but has distinct features that make it unique.

Phonetics and Phonology

Consonants:
Kanuri has a typical set of consonants, including stops, fricatives, and nasals. Some consonants might have implosive or ejective qualities, adding complexity to pronunciation.

Vowels:
The language has a relatively simple vowel system with short and long vowel distinctions. Vowel length can affect word meaning.

Tone:
Like many African languages, Kanuri is a tonal language. Tone plays a crucial role in distinguishing between different meanings. Kanuri generally has three tones: high, mid, and low.

Grammar

Noun Classes:
Kanuri, like other Nilo-Saharan languages, exhibits a system of noun classes. Nouns are grouped into classes, each with its own concord markers that agree with other elements in a sentence, such as verbs or adjectives.

Verb Conjugation:

Verbs in Kanuri are conjugated based on tense, aspect, mood, and subject concord. The structure of verb conjugation reflects the complexity of actions and events.

Word Order:

The basic word order in Kanuri is Subject-Object-Verb (SOV). However, word order can be flexible due to the extensive use of concord markers and other grammatical features.

Vocabulary

Loanwords:
Kanuri has absorbed vocabulary from Arabic, particularly due to historical contacts with Islamic culture. These loanwords often relate to religion, trade, and administration.

Cultural and Geographic Terms:

The vocabulary of Kanuri reflects the cultural and geographic characteristics of the region. There are words specific to the nomadic lifestyle, local flora and fauna, and traditional practices.

Writing System

Kanuri has been traditionally written using the Ajami script, derived from the Arabic script. However, in more modern contexts, the Latin script is also employed.

Conclusion

The Kanuri language, with its unique linguistic features and rich cultural history, is an essential aspect of the identity of the people in the Lake Chad Basin. Understanding its grammar, phonetics, and vocabulary provides insight into the cultural nuances and communication patterns of the Kanuri-speaking community. Further exploration of the language can open doors to appreciating the historical, social, and linguistic tapestry of the region.

Basic Greetings and Introductions

Hello, how are you?
Sannu, yaya aiki?

Hi, nice to meet you.
Sannu, mutum da zuwa.

Good morning, how's it going?
Ndewon nguwa, yaya aiki?

Good afternoon, how can I help you?
Sannu na yamma, me yasa nake taimakowa?

Good evening, how was your day?
Sannu da safe, yaya rana kuwa?

How do you do?
Me ya fiye?

Nice to see you again.
Lafiya ya je zuwa.

How have you been?
Kadda ka yi ku la'afi?

What's up?
Me yaya ku yi?

Pleased to meet you.
Lafiya ya samu ka.

How's everything?
Yaya komai nasu?

Goodbye, have a nice day!
Sannu da aiki, haushi kuwa!

See you later!
Ga kudin.

Take care!
Yi amfani da kyautata.

Bye for now.
Sai gobe.

Have a safe journey!
Yi hana mafi kyau.

Cheers!
Cheers!

What do you do for a living?
Me ya yi aiki a matsayinka?

What do you think of ...?
Me za ka tunani game da ...?

I'm sorry, I didn't catch your name.
Ni barka da zuwa, ba ni gani sunanka.

Where are you from?
Daga ina ku ne?

How long are you staying?
Gaba ka yi yawa?

What are your plans for today?
Me yaya tafi ga yau?

Do you speak ...?
Ka ce ...?

Do you need any help with ...?
Ka bukata taimako a sake ...?

What time is it?
Yaya lokaci ne?

Do you have any recommendations for ...?
Akwai alamar da za ka mai aike ga ...?

Have you been to ... before?

Ka koma ... game da ta yaya?

What do you think of ...?
Me za ka tunani game da ...?

Can I help you with your luggage?
Muna taimako ka a sake ayyuka ku?

What's your impression of ...?
Me rasa ku ga ...?

Do you have any questions for me?
A kuna tambaya domin ni?

Asking for Help and Directions

Excuse me
Me sabaiko

Pardon me
Me sabaiko

Can you help me
Muna taimakon ni

I'm looking for
Na yi kokarin duba

Where can I find
Ina zan gani

Which bus/train do I need to catch
Wanda bus/train yanzu ne na bukata

Can I take a taxi there
Zan iya cire taksi a nan

Is there a taxi rank nearby
Akasin taxi akwai a tare da itace

What's the quickest way to get there
Yaya yana damun shigowa wato

What's the easiest way to get there
Yaya yana daidaitawa ce ga shigowa

What's the address of
Yaya adireshin

What's the phone number of
Shine lambar waya da

What time does the bus arrive.

Yaya lokacin da rigaka ta zo

Making Reservations and Bookings

Is breakfast included?
An kushe shan karfe sallah?

What is the check-in time?
Yaya shine lokacin shiga?

Can I pay by credit card?
Me ya zo yi amfani da alwashi kyauta?

What is the cancellation policy?
Yaya shine kan gaba da amfani?

What is the check-out time?
Yaya shine lokacin ci gaba?

Twin beds
Kwauri biyu

Ground floor
Kashi na farko

City centre location
Kasuwanci gida

Modern amenities
Siffi da daita

Boutique hotel
Hotalin mai-ra'ayi

Parking
Dauke da motar

Cancellation
Gaba da amfani

Check-out
Ci gaba

Airport
Kofan gida

Transportation and Travel

Excuse me, where is the nearest bus stop?
Amma idan kaji wani bus stop guda ne?

Can you tell me how to get to the train station?
Tonba tanka wannan ko wace train station na fito?

Is this the right platform for the City-bound train?
Wanne shine platform mai kula da train da ke gari?

How much is a single ticket to ...?
Me ya sa tickets na kasa ne zuwa ...?

Is there a direct train to ...
Akuyyawan train zuwa ...

Double-decker bus
Bus mai lami biyu

High-speed train
Train mai hada-hada mafi karfi

Intercity coach
Coach daga urban city zuwa na gari

Automatic ticket machine
Machine na biyan tsarin automatic

Platform announcement
Bayani a platform

Car rental agency
Sarrafawa motoci

Train
Train

Bus
Bus

Taxi
Taxi

Car
Motar

Tram
Tram

Coach
Coach

Ticket
Tickets

Platform
Platform

Arrival
Gani

Departure
Tafiya

Route
Route

Toll
Toll

Junction
Junction

Accommodation and Lodging

Do you have any available rooms?
Kuna da kayan da ke bukata?

Can I see the room first?
Zan duba kwarto a farko?

What time is check-in/check-out?
Wannan lokacin yake check-in/check-out?

Is there room service?
Wadannan da zamu murzama kuji?

How do I connect to the Wi-Fi?
Yaya zan siya turot da Wi-Fi?

Can I get extra towels/blankets/pillows?
Zan iya samar da ma'anaru wasu?

What are the room amenities
Me su ne abubuwan yaduwarta da kwarto
.

Cozy and comfortable room
Kwarton da yake da lafiya da lafiya

Wheelchair accessible room
Kwado da goyon bayanta na goyon

Air-conditioned room
Kwarton da ke gudanar da hawaye

Balcony with a view
Balcony da aka fi hawan sa

Hostel
Hostel

Resort
Resort

Motel
Motel

Inn
Inn

Suite
Suite

Room
Kwarto

Bed
Takardar

Lobby
Lobi

Corridor
Zagaye

Shower
Shawa

Towels
Ma'anaru

Food and Drink

Can I see the menu, please?
Muna buge menyu, don Allah

Do you have any vegetarian options?
Kuna da kayan haushi?

Is service included?
An jera gyarawa ne?

Excuse me, could I get some water?
Samu saman ruwa, don Allah?

Could I have a fork and knife, please?
Me ina iya samun gulpin da kafo, don Allah?

This food is delicious!
Wannan abinci ya fi dadi!

Do you have any specials?
Kuna da abin da take?

How spicy is this dish?
Yaya dadi ne wannan abinci?

Could we get separate checks?
Zamu sami abubuwa na biyu?

What's in this dish?
Me yake cikin wannan abinci?

What desserts do you have?
Me yake cikin desserts da kuna da?

Tangy lemon sorbet
Limu na maganin gidgodo

Coffee
Kwafe

Tea
Shayi

Juice
Jaush

Soda
Soda

Water
Ruwa

Wine
Waini

Whiskey
Whiskey

Salad
Salad

Rice
Shinkafa

Pasta
Pasta

Dessert
Desserts

Shopping and Bargaining

Can you give me a discount?
Ka iya min fata?

Do you have any other sizes?
Ku da wasu dama na kwanakin da muke da?

I'm just browsing, thank you.
Na duba kawai, na gode.

Is this item on sale?
Wannan abin ya fi dole?

Can you hold this for me?
Ka iya dauko wannan don ina?

Could you wrap this up as a gift?
Ka gina wannan don amana?

I'm looking for something specific.
Ina bukatar wani abin da ya dace.

Do you have any recommendations?
Akya akwai bayanai?

Is there a sale going on right now?
An fi dole ne a gaba yanzu?

I'll take it
Zan dauke shi

Bright colours
Lauyoyyan rangi

Colour
Launi

Gift
Nasiha

Emergency Situations

Help!
Musu!

Call an ambulance!
Vuzuku kutu ambuser!

I've been injured!
Na taawi hayya!

Is there a hospital nearby?
An fiyyega may hospital a filawa?

I need a doctor!
Ina bukata doktuwa!

Please call the police!
Don San kutu jama'a!

Can you help me?
Wanne ka yi mini taimako?

What's happened?
Me ya yi?

What's going on?
Me ya yi a rondi?

I need to make an emergency call.
Ai na bukaci wata rasuwa wacce za mu yiwa.

Is everyone okay?
Ko kowa ya daina lafiya?

I need assistance.
Na bukaci taimako.

Please hurry
Don Allah shige gaban

Hypothermia
Cinkon sanyi

Carbon monoxide poisoning
Waiwaye karabon monoksaid

Asthma attack
Siyasa na asthma

Emergency
Rasuwa

Accident
Kujera

Help
Taimako

Doctor
Doktuwa

Ambulance
Ambuser

Fire
Yanayi

Health and Medical Issues

Can you recommend a doctor?
Shi ka iya kula malami?

What's wrong with me?
Me ya sa na zo?

How much does it cost to see a doctor?
Yi numfashi yanzuwa ga malami ya kamata.

Can you help me find a pharmacy?
Shi ka iya taimakon min gano pharmacy?

I need to make a doctor's appointment.
Na bukaci kadai a saukar da aikin malami.

I think I need to go to the hospital.
Ina so na zo likitoci.

Can you give me some medicine for this?
Shi ka iya ba ni wasa da wannan?

How long will it take to recover?
Yaya za a dauka gaba?

I need to see a specialist.
Na bukaci kaɗai a gane ma'aikacin da ke da hankali.

Can you help me fill out this medical form?
Shi ka iya taimakon min bukata wannan sabon rahotanni ayyuka?

What do I need to do to stay healthy?
Me ya sa ka bukaci ka yi lissafi?

Do I need any vaccinations for this trip?
Me na da bukatan zazzabi don haka?

Doctor
Malami

Hospital
Likitoci

Treatment
Taimako

Pain
Taduwa

Fever
Tallafa

Illness
Bayin wahala

Therapy
Nazarin

Time and Dates

What time is it?
Wannan lokaci ce?

Do you have the time?
Ku da wani lokaci?

Can you tell me the time?
Zaki sanni min lokaci?

What day is it today?
Mei ne yau?

What's the date today?
Me tarihi ne yau?

Are you free tomorrow?
Ku ci gaba da gobe?

What time does the store close?
Yaya lokaci ya kare magazin?

Can we meet at 3 pm?
Zamu rabuwa a 3 na yamma?

Is it too late to call?
Anaka daidai lokaci domin kira?

Can we schedule a call for next week?
Zamu iya tsarin kiran domin watan shekaru mako?

Minute hand
Jerin minti

Digital clock
Ditin lokaci

Analog clock
Analog lokaci

24-hour clock
Lokacin 24 na orak

AM/PM
AM/PM

Noon
NOON

Time stamp
Alamar lokaci

Time frame
Fasalin lokaci

Time limit
Hadin lokaci

Time management
Mai yankin lokaci

Time
Lokaci

Clock
Agogo

Hour
Lokaci

Minute
Minti

Second
Bukata

Date
Tarihi

Calendar
Kalennda

Schedule
Shedul

Deadline
Tsare

Duration
Lokaci mai dauke daidai

Moment
Lokacin

Period
Lokaci

Phone Calls and Communication

Hello!
Sannu!

How are you doing?
Yaya kake yi?

Can you hear me?
Ka iya ji ni?

What's your phone number?
Wannan lambobi na waya ne?

Let's schedule a call for tomorrow.
Mu yi jadawalin zangon ku ga gobe.

I'll call you back later.
Zan kira maka maimakon biyan ku.

I'll send you an email with the details.
Zan aika maka imel da bayanai.

Thanks for getting in touch!
Na gode da nuna yin tattaunawa!

Could you please dial extension 203?
Me ka iya da kira a matsayin 203?

I'll forward you the document via text.
Zan aika maka wannan dokomenti ta hanyar rubutu.

I'll send you the conference bridge details.
Zan aika maka bayanai kananan hira.

We can discuss that during the meeting.
Muna ce abin da za mu yi a lokacin hira.

I'm sorry: I didn't catch your name.
Ina kai: ban soke sunanka ba.

I'll be in the office until 5 pm.
Zan zama a ofis har zuwa goma sha biyar.

Can I leave a message for John?
Me zan baci labari ga John?

I'll get back to you as soon as possible.
Zan zo maka maimakon baya-bayan shirye-shiryen na farko.

What's the best time to reach you?
Ko lokaci ne uku mai amfani ga lura ku?

Technology and Internet

Can you help me set up my Wi-Fi?
Ku taimaka mini yi ayyukan Wi-Fi?

How do I download this app?
Yaya zan sauke wannan app?

What's your Wi-Fi password?
Me ya sa Wi-Fi password naka?

Can I borrow your charger?
Me za mu sha kasuwa na charger mu?

Do you know how to fix a frozen screen?
Ka san yaya zaka aiki ido na haka?

I need to update my software.
Ina bukatar sake sabunta software na.

Can you recommend a good laptop?
Zamu iya nuna mai sauki laptop?

What's your email address?
Me ya sa adireshin imeil naka?

Can you show me how to use this program?
Zamu iya nuna zan yi amfani da wannan program?

Have you seen this viral video?
Ka gane wannan bidiyo na viral?

Can I connect my phone to your Bluetooth speaker?
Yi min hadi da wayoyin hayar da Bluetooth naka?

How do I stop these pop-up ads?
Yaya zan sake katange da pop-up ads nawa?

What's your username?
Me ya sa sunan amfani naka?

How do I reset my password?
Yaya zan sake kallo password na?

Can you recommend a good smartphone?
Zamu iya nuna mai sauki smartphone?

Do you have any good podcasts to recommend
Kuna da alalkanci damar nuna mai sauki podcasts?

High-speed internet connection
Aiki da kura ta zaka ta intanet

Mobile device with touchscreen
Kayankan kasa da waya da touchscreen

Internet of Things (IoT) technology
Takarar bangaren Internet (IoT) daidai

App
Aplikeshin

Download
Sauke

Email
Imeil

Password
Password

Username
Sunan amfani

Hashtag
Hashtag

Cursor
Cursor

Hack
Harka

Spam
Spam

Sports and Leisure Activities

Do you want to play tennis?
Ku je ku riga tennis?

Are you into football?
Ku ci gashi kyautar sakaci?

What's your favorite sport?
Me ke kyauta da ka ke so a gaskiya?

Do you prefer watching or playing sports?
Ku kuma so ku duba ko ku riga wasa a kan kyauta?

Have you ever been skiing before?
Shin ku shiga kai tsaye akan snow ski ko?

Would you like to join our game of basketball?
Ku so ku je sosai a wajan wasan kwallon kafa mana?

I'm not very good at sports.
Ban da kyauta ba don gani.

Let's play a round of golf.
Mu je rigar golf.

Are you a fan of rugby?
Ku ci gashi kyautar sakaci ta rugby?

I'm thinking of taking up yoga.
Na roki nuna ido a cikin yoga.

Nightlife and Entertainment

Can I get you a drink?
A yi ku kibii?

What's your favorite type of music?
Me wuni musiqar da kake so?

What's your favorite drink?
Me wuni sharbat da kake so?

Do you want to dance?
Ku so tana farin ciki?

This DJ is killing it!
Wannan DJ zai tsare ka!

Dimly-lit bar
Bar mai murfin haske

Neon lights
Tumari neon

Hip-hop beats
Hiphop beats

Chill vibes
Kai da shi ko rumfar Gwal

Upscale ambiance
Gaskiya ambiance

Late-night eats
Late-night eats

Bar
Bar

Club
Club

Music
Musiqar

DJ
DJ

Band
Band

Cocktails
Sharabobi

Karaoke
Karaoke

Happy Hour
Happy Hour

Cover charge
Cover charge

Stage
Stage

Bartender
Bartender

Beer
Beer

Wine
Waini

Business and Work

How may I assist you?
Yi wa maa a ka yi ma?

Good morning/afternoon/evening, how are you?
Inna kwana/safiya/tafi, yaya zaka zo?

Could you please explain that in more detail?
Kada ku haddasa wannan a cikin bayani baya-baya?

Thank you for your time.
Na gode don lokaci naku.

What is the deadline for this project?
Me za a kasancewa rana ce daga halin wannan aiki?

Can you recommend any other resources?
Ko zaku iya shawara abubuwan da ke bukata?

Would you like to schedule a meeting?
Ko kana so ta kirkira ganye?

I'm sorry, I didn't understand what you meant.
Yaya, ban fahimci abin da kuke soke.

What are your thoughts on this proposal?
Me ya sa ka fada kan shawara nan?

I appreciate your input on this matter.
Na gode don amfanin ku a kan wannan abu.

Let's work together to find a solution.
Mu shirya tare da gano wata sulhuwa.

Is there anything else I can help you with?
Shi ne wani abu daya da na sako ka taimaka ma?

I'll get back to you as soon as possible.
Zan kawo zuwa maka a bisa kowa ne.

Can you please send me the document?
Ko zaka iya turo mini dokumanti?

Attention to detail
Karbar ci gaban gaban

Strong work ethic
Imani aiki mai kyau

Time management skills
Harkokin halartar lokaci

Problem-solving abilities
Yi kewaye na yin fasaha

Analytical thinking
Yi hakkin magance matsalar

Financial acumen
Yin haƙuri na halin kudi

Adaptable to change
Yi daidaitaccen canza

Industry knowledge
Ilmi a tsari

Job
Aiki

Report
Sabulu

Budget
Bajet

Project
Aiki

Deadline
Deadline

Manager
Mai ƙarfi

Colleague
Wani namiji

Teamwork
Matakin kungiyar

Education and Learning

Can you explain that again?
Ku daina tambayar wannan nan da nan?

What do you mean by that?
Me kake nufi da haka?

I don't understand.
Ban fahimci.

Could you give me an example?
Yi kuna misali?

I'm struggling with this.
Na yi jihohi tare da wannan.

What do you think about...?
Me za ka so ka fahimci game da...?

Have you studied this before?
Ku tafi wata matsala wannan kafin?

Do you find this subject interesting?
Kana so kasancewa cikin wannan mada?

I need help with my homework.
Na bukatar taimakon rubutunka na daki.

Can you proofread my essay?
Ka iya duba rubutu na?

Could you explain this in simpler terms?
Ka iya bayyana wannan cikin al'amarin farawa?

Can we form a study group?
Mu tayar da jama'a na fuskoki?

Do you have any tips for memorizing vocabulary?
Kana da ra'ayi kan zafin kalmomi?

A growth mindset is key to achieving success.
Bayanin abubuwan da za su fara amfani daga karo na karshe shine mafi alkama ga sadaka.

Online learning has become increasingly popular in recent years.
Fuska ta intanet ta kasance kamar yadda ake so a lokacin da suka gabata.

Critical thinking skills are essential for problem-solving.
Abubuwan da za a iya sayarda wajen halin yin matsala suna da damun da dama.

A good education is the foundation for a successful career.
Fuska mai kyau shine asibitoci ga sadakarar kamata.

Learning a foreign language can broaden your cultural horizons.
Fuskar harshen da ke a fannonin wuri zata yi horo domin huld Irrifin kalmomi.

A good teacher can inspire students to achieve greatness.
Mai fata mai kyau zai dye abubuwan da za su fara adana.

Learning doesn't have to stop after school ends.
Fuska ba za a buge baya bayan an buge makarantar.

Classroom
Dakin kyauta

Textbook
Littafi

Learning
Fuska

Education
Fuska

Study
Ta hira

Seminar
Semina

Diploma
Diplama

Tutor
Tutor

Knowledge
Ilmi

Religion and Spirituality

Do you attend church/mosque/temple/synagogue?
Ka je cikin gidaje/kasua/karamar daaddoka/synagogue?

Do you believe in God/higher power?
Ka tabbatar da magana game da Allah/ta ahlukatanku?

How important is religion in your life?
Me yafi kyawun agoda a rayuwarsa?

What do you think happens after we die?
Me ya sauke bayan mu mutu?

What is your favorite religious text?
Me ne rubucewar agoda na kyauta?

Have you ever converted to a different religion?
Kana yi zaman dukan dini a duniya?

Do you believe in an afterlife?
Ka tabbatar da zamu dawo bayanmu?

What do you think about other religions?
Me ka sani game da agodan biyu?

Have you ever questioned your religious beliefs?
Ka tambayeta yin amfani da imananka?

What is your opinion on the role of religion in society
Me ne rayuwar ka game da halin agoda ga jama'a?

Religious ritual
Al'adu na agoda

Sacred text
Rubucewar babban gudummawa

Holy site
Wurin masihi

Spiritual awakening
Wayoyin sauraro

Religious iconography
Saman agoda

Moral teachings
Bayanan gnwa musulmi/ne

Religious observance
Al'adu na tarihi

Spiritual practice
Aikin sauraro

Religious doctrine
Zarafi na babban gudummawa

Religious tradition
Matsayin diniyya

Faith community
Jama'a na imani

Religious leader
Limamin al'adun agoda

Religious belief system
Tsarin imani na agoda

Religious art
Sana'a na agoda

Faith
Imani

Prayer
Da'awa

Worship
Ibadarar daaddoka

God
Ubangiji

Religion
Agoda

Belief
Imani

Holy
Masihi

Blessing
Baraka

Miracle
Bambanci

Hell
Jahannama

Karma
Karma

Holidays and Celebrations

Happy holidays!
Barka da Sallah

What are you doing for the holidays?
Me ya ci gaba don Sallah?

Are you going away for the holidays?
Kana tafi don Sallah?

I'm looking forward to the holidays.
Na rokonmu raba da Sallah

Do you celebrate Christmas?
Kana yi karshen Kirsimeti?

Merry Christmas!
Barka da Kirsimeti

Happy New Year!
Barka da Shanu

I hope you had a good holiday.
Na so kawai kuna da Sallah mai kyau.

What did you do over the holidays?
Me ka yi a kan Sallah?

Do you have any holiday traditions?
Shin kana da sunnan Sallah?

We're having a party for the holidays.
Mu na yi gaisuwar Sallah.

What's your favourite holiday
Me sunanta Sallah da kake so?

Yuletide cheer
Yuletide kwashe kwasa

Holiday spirit
Spiriti na sallah

Christmas crackers
Kyau na kirsimeti

Mistletoe and holly
Mistletoe da holly

Glistening snowflakes
Jijjiga kankanun sanyi

Festive music
Mawaki na Sallah

Twinkling ornaments
Gajiyar kanta

Jolly atmosphere
Tsunanin atmosfair

Festive attire
Adajin gajiyarwa

Celebration
Gaisuwa

Festivity
Gajiyarwa

Christmas
Kirisimet

Hanukkah
Hanukkah

Kwanzaa
Kwanzaa

Diwali
Diwali

Jubilation
Barka

Merriment
Maidaga

Festooned
Festooned

Rejoice
Saubala

Cheerful
Farin ciki

Party
Gaisuwa

History and Culture

Can you tell me more about this place?
Ku ce min 'yanzu game da wannan wurin?

How has this area influenced the country's culture
Yaya kuma tattalin arziki na wannan garin yayi tsara tarihin garin nan

Rich cultural heritage
Sarautar tarihin tarihi

Stunning architecture
Tarihin girma

Fascinating artifacts and exhibits
Kyauwansa wa abubuwa da kuma wasu

Celebrated artistic traditions
Mabitaccen ayyukan wasanni

Vibrant cultural scene
Harsashi na tarihin

History
Tarihi

Culture
Tarihin

Heritage
Tarihin

Monuments
Makaman

Traditions
Launin

Music
Wakoki

Literature
Adabi

Statues
Takarda

Other Helpful Phrases

Excuse me, do you speak English?
Babu zamanar, kin yi harshe da turanci?

Can you help me with directions?
Zaka iya taimake ni tare da hanyar?

What time does the train/bus/plane leave?
Wane lokacin zai tafi takarda/masifar/jirgin sama?

Is there an ATM nearby?
Akwatin ATM akwai yayin da ke cikin?

Do you know where I can buy tickets?
Kana sani ina za a iya sayan tikiti?

How long does it take to get to the airport?
Me lokacin wani ya dauka zuwa jirgin sama?

Vibrant nightlife and entertainment
Wasan Gaskiya da shirin su don jinjina kai

Village
Garin

Town
Gari

City
Garin

Theatre
Firimiya

Stadium
Stadium

Could you please help me with this?
Allah kawo mini yin wannan?

Sorry, I didn't catch your name.
Wai, ban gane sunanka ba.

Good morning/afternoon/evening!
Inna kwana/safiya/yamma!

Please
Don Allah

Thank you
Na gode

Hello
Sannu

Goodbye
Sai an jima

Yes
Eh

No
A'a

Can I get a receipt?
An iya samun rahoto?

How do I convert pounds to euros?
Mene ne dazaga na a euros zuwa pounds?

Can I pay in cash?
An iya barka da kuɗi?

Is there a limit on card payments?
Shi ne hali a yin katin?

Can I use my credit card
An iya amfani da katin kudinmu

Printed in Great Britain
by Amazon